... E INTÉRIEUR

... DUIT EN QUÔC-NGU

(... du décret du 25 août 1915)

PAR

M. REINERT

Inspecteur de 1re classe de la Garde Indigène,
Commandant la Brigade de Garde Indigène de Bac-giang.

A l'usage des gradés indigènes de la Garde Indigène et des différentes unités militaires en service en Indochine.

HANOI-HAIPHONG
Imprimerie d'Extrême-Orient
1916

SERVICE INTÉRIEUR

TRADUIT EN QUỐC-NGỮ

(Extrait du décret du 25 août 1915)

PAR

M. REINERT

Inspecteur de 1re classe de la Garde Indigène,
Commandant la Brigade de Garde Indigène de Bac-giang.

A l'usage des gradés indigènes de la Garde Indigène et des différentes unités militaires en service en Indochine.

HANOI-HAIPHONG
Imprimerie d'Extrême-Orient

1916

INTRODUCTION

En traduisant ces extraits du règlement sur le service intérieur des corps de troupes d'infanterie, j'ai tenu à mettre à la portée de l'intelligence des gradés et gardes de notre corps un règlement simple, dont la lecture facile pourra mieux leur inculquer les différents principes de solidarité, de discipline et d'honneur indispensables à toute troupe pour mener à bien les différentes missions qui lui sont confiées (en temps de paix comme en temps de guerre).

Si ce travail permet d'atteindre ce but, j'aurai une certaine satisfaction d'avoir contribué, par ce moyen, au développement des principes ci-dessus énoncés.

Phu-lang-thuong, le 31 décembre 1915.

G. REINERT

Inspecteur de 1re classe
de la Garde Indigène à Bac-giang.

CHỈ DỤ CỦA QUAN GIÁM QUỐC NƯỚC ĐẠI-PHÁP

Chiếu tờ bẩm của quan Thượng-thư binh-bộ ;

Chiếu theo tờ chỉ dụ ngày 25 tháng 5 năm 1910, về việc quan trong các thứ lính và chiếu theo các chỉ dụ ngày trước mà sửa lại chỉ dụ ấy,

CHỈ DỤ :

Khoản thứ nhất. — *Căn nguyên của sự khuôn phép (Bases de la discipline).*

Bởi sự khuôn phép là sức mạnh nhất của quân lính, cho nên quan trên cần phải cho kẻ dưới tuân lệnh hẳn và phục mình luôn luôn ; mà lại những lệnh truyền phải tuân y như thế, không được ngần ngại và không được lầm bầm, quan trên chuyền cho lệnh gì thì trách cứ về sự tuân lệnh ấy ; kẻ dưới thấy vưng lệnh phải oan và muốn kêu, thì trước hết phải tuân lệnh đã rồi mới được phép kêu.

Nếu việc quan muốn phải có khuôn phép lắm, thì lại muốn rằng trong sự khuôn phép ấy phải có thương kẻ dưới một chút. Nghiệt quá bất dụng, phạt không vào luật hay là không phải bổn phận mà phạt, người trên làm việc gì ức đến kẻ dưới, như thế thì nghiêm cấm cả. Các quan trên bất cứ chức nào cũng phải ăn ở mấy kẻ dưới cho tử tê, coi giữ họ chớ có lượng và đãi họ như là anh em đồng sự trong việc binh lính, mà cùng nhau làm việc giữ cho người ta theo lệ luật trong nước và giữ lấy sự độc lập và sự danh dự của nhà nước.

Khoản thứ 2. — *Những phép suy phục (Règles de la subordination).*

Phép suy phục thì phải phục tòng từng chức từng bực một, phải theo y như các phép về việc ấy, không được lộng quyền, phải để cho mọi người có quyền riêng cũng như là bổn phận riêng.

Lính phải nghe lời cai.

Cai phải nghe lời cai thơ-lại và đội thơ-lại.

Cai thơ-lại phải nghe lời đội và đội thơ-lại.

Đội và đội thơ-lại phải nghe lời phó-quản.

Phó-quản phải nghe lời quan một, quan hai, quan ba và các quan trên.

Không kể việc suy phục ấy nữa, việc khuôn phép lại còn bắt cùng chức thì người mới phải phục người cũ về các việc quan và về việc thái bình trong nước, như là mấy người binh cùng chức, cùng sự hoặc cùng ở về một cơ hoặc cùng ở một thứ binh hay là không nữa thì cũng phải suy phục người cũ cũng như người ấy chức cao hơn mình, nếu chức cùng lâu bằng nhau, thì theo chức trước ai lâu năm hơn được coi, nếu chức lại lâu bằng nhau, thì lại xem chức trước nữa ai hơn thì được và cứ theo như thế mãi.

Trong lính với nhau, thì người bếp cũ coi, mà không có bếp cũ nữa, thì người lính nào cũ hơn phải coi.

NÓI VỀ BỔN PHẬN NGƯỜI ĐỘI (LES SERGENTS)

Khoản thứ 3. — *Quyền lợi chung* (*Attributions générales*).

Đội sích soong phải coi trong sích soong mình theo các lệ giận báo trong quyển luật này và các nhời mà quan ba chuyển.

Đội sích soong phải giậy cai coi lính cho quen, cho chắc chắn, cho điều độ, và không nên tây vị.

Còn sự trách nhiệm riêng của mình, thì đội sích soong lúc nào cũng nên nhớ rằng bổn phận mình đi trận mạc thì phải rất là mạnh bạo và phải có sức mà làm cho mạnh bạo thêm lên.

Khoản thứ 4. — *Coi giữ các phòng* (*Surveillance des chambres*).

Đội sích soong phải coi giữ các phòng của sích soong mình cho thực sạch sẽ và thực thoáng khí, thỉnh thoảng phải bắt lính rũ tran nệm.

Đội cũng phải săn sóc về lúc sếp quần áo nữa.

Khoản thứ 5. — *Nói về vệ-sinh (Hygiène des hommes).*

Đội sích soong coi lính tráng trong sích soong mình và lính trong những es quách mình bắt phải theo các phép vệ-sinh và ăn ở sạch sẽ.

Phải coi cai và lính sửa sang vá víu quần áo ; ít ra một tuần lễ cũng phải thay một vài lượt ; nếu chúng nó không quen để râu và để tóc giài thì phải bắt chúng nó cạo luôn.

Khoản thứ 6. — *Nói về sự giữ gìn súng ống và quần aó (Conservation des armes et des effets).*

Đội sích soong phải xem có ý tứ những đồ dùng, giữ gìn cho tử tê, nhất là súng đạn lại cần phải giữ gìn lắm ; nhàn khi nào muồn thầy hay là chữa thì bắt chúng nó phải thay chữa ngay.

Phải đóng sô tuôt hêt cả quần aó phát kho ra và quần aó giêng của cai mây lính.

Nêu quan trên chuyền điểm tách bạch cái gì thì phải điểm ngay và nệu cần phải điểm thêm thức thì phải xin phép phó-quan.

NÓI VỀ CHỨC PHẬN NGƯỜI CAI (LES CAPORAUX)

Khoản thứ 7. — *Nói về quyền lợi chung (Attributions génerales).*

Cai làm việc quan và ở mây lính, vậy phải đưa đường chỉ nẻo cho chúng nó và phải bảo chúng nó các việc quan.

Bổn phận thứ nhất của người cai là phải làm hương cho chúng nó bắt chước ; là phải theo binh pháp, phải ăn ở tử tê, phải cho đúng giờ và phải ăn mạc cho tử tê. Nêu khuyên bảo lính không được thì cứ theo phép trong quyển luật này mà trừng-trị ; nêu trừng-trị như thê mà lại không được thì phải nói với quan trên ; như mà cũng không nên quên rằng cách tốt thứ nhất để cho nó kính mình và nghe lời mình là phải công bằng chính trực, đừng có nhờn mây chúng nó mà cũng không nên hung tợn quá và phải bắt đứa nào cũng phải làm việc quan cho đúng.

1° — Lính phải làm có cai thì không phải làm.

Chức sự của người cai là những việc này:

Việc coi một es quách, việc coi phòng, và việc sơ men.

NÓI VỀ CAI COI ES QUACH (CAPORAL D'ESCOUADE)

Khoản thứ 8. — *Bổn phận chung (Devoirs généraux).*

Cai thì ở trong es quách mây lính, vậy phải bắt chúng nó ăn ở sạch sẽ cho cẩn thận theo phép vệ-sinh đã kể chong bài phụ thêm hiệu chữ B, bắt chúng nó giọn sàn và bắt chúng nó coi quần áo chúng nó cho sạch sẽ và sèp đặt cho tử tê. Phải bắt chúng nó sửa sang việc quan cho chỉnh đôn.

Nhât là mùa hè thì lúc cai xem ra một tuần lễ lính cũng phải soát quần áo một lần cho sạch sẽ, mùa hè thì phải soát hơn xem quần áo rách giạt rồi có vá không.

Trong es quách mình nêu có lính mới phải giậy bảo việc quan cho đên nơi đền chôn; phải giậy chúng nó làm cách gói quần áo và giữ gìn súng đạn và các đồ dùng cho cẩn thận.

Ngày nào pháp lương đội thơ-lại cho nó rồi qua ba định giao tiền lương và tiền câp và cái người ăn riêng thì phải phát ngay lập tức.

Khoản thứ 9. — *Nói về quần áo cho mượn và sự soát quần áo (Effets prêtés et visite des effets).*

Cai coi es quách thì phải cấm lính không được cho nhau mượn quần áo giù quần áo thường cũng vậy.

Khi nào cai ngờ người lính nào bán quần áo hay là giữ và giấu đồ vật mât hay là ăn cắp thì phải trình ngay mây đội sính soong, nêu đội sích soong không có đây thì phải nói mây phó-quản ngay.

Khoản thứ 10. — *Nói về lúc sáp hàng (Rassemblements).*

Lúc nào es quách mình phải sáp hàng thì cai phải gọi và để đội sích soong đi khám.

Khoản thứ 11. — *Nói về các tờ bẩm* (*Comptes rendus*).

Cai phạt lính cái gì phải trình ngay đội sích soong, hay có việc mà can về việc binh pháp cũng vậy, thầy sự gì là phải trình ngay, nếu đội sích soong không có đây thì trình cho đội sơ men biết.

NÓI VỀ BỔN PHẬN NGƯỜI CAI COI PHÒNG (CAPORAL DE CHAMBRE)

Khoản thứ 12. — *Nói về bổn phận chung (Devoirs généraux).*

Cai nào cũ nhất thì được coi hết cả một phòng.

Coi phòng nào thì cai phải xem nhận mấy người thơ-lại những các đồ đạc của trong trại để ở trong phòng mình và lúc nhận rồi phải ký mấy nhau, hễ mất gì thì phải cam cữu. Vậy phải coi giữ cho cẩn thận nếu thầy hư cái gì thì cai phải trình ngay đội sích soong.

Khoản thứ 13. — *Sự giữ gìn và khuôn phép trong phòng* (*Tenue et police des chambres*).

Khi có kèn đánh thức giậy, thì cai phải đánh thức lính giậy, bỏ trăn ra để cho phòng ngủ thoáng khí, và cai gọi áp ben trước mặt đội sơ men.

Bây giờ có việc gì sầy ra băn đêm thì nói cho đội sơ men biết, và đưa sô lính ôm mấy xem lính ôm có đứa nào đau nặng quá không thể đi khám được, thì phải nói ngay cho đội sơ men biết.

Ngày nào cũng cắt một người lính lau sàn, lau chỗ để hòm và đồ đạc và giá súng, cửa và cửa sổ, đồ giác bẩn đi. Mỗi tuần lễ phải giửa cho thực sạch sẽ một lần theo phép vệ-sinh nói trong khoản phụ thêm hiệu chữ B.

Phải coi trong phòng cấm lính không được nói bông nói chơi với nhau mà ghẹo lính mới ; có ai nói cái gì hay là làm cái gì trái phép thì có phép phạt ngay. Cứ theo các lẽ trong khoản thứ 4 về việc coi giữ phòng, thì cai cấm không cho lính được nằm giường hút thuốc, cấm lính không được nằm cả giầy, và cấm lính không được làm bẩn và làm hư hỏng các đồ đạc để trong trại.

Lúc ăn phải coi lính ăn cho đứng đắn để khỏi lộn nhộn và để ăn cho vui vẻ.

Tối gọi áp ben phải có mặt đội sơ men song rồi, lại giả áp ben đội ấy.

Bắn đêm nếu có lính ốm nặng thì phải trình cho đội gác biết ngay để tìm thầy thuốc, mà bắn ngày thì trình cho phó-quản biết, nếu phó-quản không có đấy thì trình ngay cho đội sơ men biết.

NÓI VỀ BỔN PHẬN NGƯỜI LÍNH (LES SOLDATS)

Khoản thứ 14. — *Bổn phận lính ở với các quan trên (Devoirs du soldat envers ses chefs).*

Lính phải tuân lệnh các quan trên coi mình theo các lề luật cùng cậy và tin các quan ấy lắm mấy được.

Phải chắc rằng những các quan ấy là những người đưa đường chỉ nẻo tử tế của mình, thì đừng có sợ lúc nào có sự khó hay là có cái gì không vui thì phải để quan trên biết để quan trên sẽ bảo làm thế nào phải khỏi việc khổ việc quan việc tư cũng có phép hỏi. Muốn được những sự tin cậy ấy, thì các quan trên và nhất quan ba coi compagnie phải coi luôn mà hỏi luôn người bên giưới để mà người ta không được lo cái gì nữa.

Người lính nào cũng có thể thưa chuyện ngay mấy các quan trên coi mình đến quan ba.

Nếu muốn kêu xin việc gì thì cứ làm đơn đưa cho phó-quản hay là đội sơ men, lúc lên lập bổ thì các thầy ấy sẽ chuyển giao lên quan ba, mà quan ba cũng sẵn lòng trả lời cho biết.

Khoản thứ 15. — *Bổn phận lính ở với anh em bạn (Devoirs du soldat envers ses camarades).*

Người lính nào cũng phải gắng sức mà chịu những sự khó nhọc cho can đảm : Khi anh em ai mệt nhọc, thì sức mình giúp được thể nào thì phải giúp người ta ; mà bao giờ cũng phải nhớ rằng sự thân ái mấy nhau là làm cho dễ cách ăn ở, và thế mấy là đủ bổn phận đi làm lính.

Muốn sự ích lợi giêng của mình cũng được như người của anh em, thì mình phải giữ mình cho sạch sẽ, nhất là không uống rượu say, rượu nó làm mất cả phẩm giá người đi, mất sức khỏe, và thành ra xấu chơi mấy anh em.

Đừng có đùa bỡn và làm dữ tợn gì mấy những lính mới, như phải đưa đường chỉ nẻo cho người ta để người ta qua được những sự khó khăn trong lúc đầu tiên, mà đừng nên bắt người ta cho mình cái gì, và để người ta nhờ mình thì thành ra nhiều sự tốt về sau.

Khoản thứ 16. — *Nói về trức phận người bếp (Soldats de 1re classe).*

Đóng bếp thì có quan ba tư lên quan tư duyệt y thì quan nam mới cho, mà người làm bếp thì trong một es quách thì không bao giờ qua hai người.

Người nào đã ở lính 4 tháng rồi, mạnh bạo, ăn ở tốt, tập tành giỏi thì mấy được đóng bếp. Chưa được 4 tháng mà có can đảm và làm việc gì hay thì cũng thể cho bếp để thưởng công.

Bếp không phải phạt, nếu không cần lắm, thì được trừ có-vê trong trại.

Khoản thứ 16b. — *Bổn phận lính học làm cai (Élèves-caporaux).*

Lính tập tành được, ăn ở tốt, tính nết ngoan và thông minh, thì cho ra tập làm cai.

Tùy lệnh quan năm cho những lính làm một bọn đi học làm cai tập ở compagnie hay là ở bataillon : như phải ở mấy nhau cùng một chỗ để dễ học.

Khoản thứ 17. — *Lính làm việc ngoài (Soldats des spécialités)*

Những lính dùng làm các việc ngoài : như là lính phát bờ rọn đường, lính giữ thần công, lính chạy xe đạp, lính chạy giây thép, lính thổi kèn và lính tập thổi kèn thì phải có quan ba tư lên cho quan tư để quan năm trọn ở trong bọn ấy.

Khoản thứ 18.— *Phận sự người đội gác* (*Sergents de garde*). — *Bổn phận trung* (*Devoirs généraux*).

Đội gác phải coi việc canh gác cho thực đúng giờ để cai mấy lính cùng theo làm bổn phận của nó. Sai đánh chuông và thổi kèn phải tuân lênh phó-quản

Ban ngày phải đi sóat luôn những chổ giôt lính phạt.

Phải gọi áp ben luôn luôn không tùy giờ làm việc những cai và lính phải phạt công sinh và phạt san-bô-lít.

Khoản thứ 19. — *Sự sạch sẽ trong trại* (*Propreté du quartier*).

Đội gác phải coi sân, trại, chổ ngựa đi lại, chổ tập võ, chổ phơi quần áo cho sạch sẽ, và cứ lẽ thường thì chổ nào cũng phải coi cho sạch sẽ. Cứ theo bảng làm việc quan (tableau de service) thì lấy lính phạt lập giông, phạt công sinh và phạt san bô lít đi giọn, nếu lính phạt không đủ hay không có thì xin phó quản lính cổ-vê đi giọn.

Khoản thứ 20. — *Sự coi lính ăn mặc* (*Surveillance de la tenue de la troupe*).

Đội gác phải coi nhất là về việc ăn mặc của lính tráng. Đội, cai và lính ăn mặc như nhời quan chuyền thì mới cho ra ngoài. Lúc về ai ăn mặc không phải phép và say rượu thì biên sổ đưa cho phó-quản.

Khoản thứ 21. — *Sự cho vào trong trại* (*Entrée au quartier*).

Đội gác cho người ngoài vào trong trại phải theo lệnh quan năm (hoạc thứ lính khác hoạc người nhà quê). Ai vào xem có giáng ngợ thì không nên cho vào.

Khoản thứ 22. — *Bổn phận lúc gọi áp ben tôi* (*Devoirs après l'appel du soir*).

Lúc gọi áp ben tôi, thì đội gác bắt đóng cổng trại lại. Đến 22 giờ, thì sai thổi kèn tắt lửa ; biên vào sổ lập bô ngày mai, chỗ nào không tắt ngay mà đội gác phải bắt nó tắt.

Bắn đêm thì đội gác đi rồm các chỗ rốt lính phạt, các chuồng ngựa, các kho, kho thuốc súng và các chỗ can hệ ; thịnh thoảng đội sai cai gác đi cũng được.

Lính tráng bất cứ ai về qua áp ben rồi phải đến trình giện đội gác ; ai có giấy phép thì đưa cho đội gác.

Chiều nào cũng vậy đội phải nhận lấy chìa khóa các nhà bếp mà giả lại hôm sau đến giờ quan trên định.

Khoản thứ 23. — *Lúc có người ốm* (*Malades*).

Nếu đêm thấy ai trình có lính ốm ngặt, thì đội gác sai tìm ngay người lính gác học thuốc, sai đi tìm thày thuốc và trình ngay phó quản ở đồn.

Có con ngựa nào bị nguy hiểm cái gì hay khó ở thì phải tìm quan thày thuốc ngựa ngay.

Sáng gọi áp ben song rồi, đội đưa sổ lính phạt bị ốm cho đội sơ men, cai gác đưa đi khám thày thuốc theo khoản 25.

Khoản thứ 24.— *Cách giữ sổ sách* (*Registres à tenir*)

Bóp bô lít nào cũng đã có một cái sổ biên những lính phạt, và một cái sổ biên những lính ra vào sau lúc áp bep rồi, sổ ấy cũng biên các lúc đi róm, đi ba trui, các sự lạ và những nhời quan chuyền giềng.

Sổ ấy lúc kèn thổi đánh thức sáng ngày thì đội gác ký vào rồi đem đưa cho phó quản.

BỔN PHẬN NGƯỜI CAI GÁC
(DEVOIRS DU CAPORAL DE GARDE)

Khoản thứ 25. — *Cách tuần phòng các nhà phạt* (*Surveillance des locaux disciplinaires*)

Khi đến đồn gác, cai gác đi soát các nhà phạt, xem sổ lính phạt có đủ không, và có phải mặt không ; cái gì hư hỏng thì nhận lấy. Giữ lấy chìa khóa các nhà phạt ấy ; mà chìa khóa thì chỉ giao cho đội gác được mà thôi ; cho ai ra vào các nhà phạt phải hỏi đội gác. Còn cơm những lính phạt cho mang vào cùng một lúc, rồi coi chúng nó ăn. Cấm không cho ai mang cái gì cho chúng nó chỉ cho mang cơm vào thôi, và nhất là thuốc lào, thuốc lá, giêm, rượu vang và rượu mạnh, thì không được cho mang vào.

Cấm lính ngoài không được trò chuyện mấy lính phạt. Khi cửa nhà phạt mở thì cắt một vài người lính gác để lính phạt khỏi trốn được.

Cai gác phải đưa lính phạt ốm đi để thầy thuốc khám rồi lại giao giả về nhà phạt. Lúc quan thầy thuốc khám, thì phải coi chúng nó, mà nếu cần thì lấy thêm lính gác đi giữ nữa.

Khoản thứ 26. — *Bổn phận lính gác (Devoirs des sentinelles).*

Lính gác bóp bô lít khi có động cũng làm như lính gác các chỗ chận mạc vậy và chào quan trên cũng như nhau.

Lính gác trước cửa, khi có *quan sứ hay là quan đầu quân* đến thì hô sám : « aux armes », rồi sắp cả lính gác ra trước cửa và giơ súng ra chào.

Hễ không có phép đội gác trước thì lính gác ở cửa không được cho ai mang một gói gì và một đồ khí giới gì trong trại ra ngoài, trừ ra những bộ mặc vườn thường cho ra.

Đừng để có con chó nào vào được trong trại.

Lúc áp ben tôi rồi, thì bắt những lính ra vào trong trại phải đi qua đồn gác.

VIỆC QUAN SƠ MEN TRONG COMPAGNIE (SERVICE DE SEMAINE DANS LA COMPAGNIE)

Khoản thứ 27. — *Sự cốt về việc quan sơ men (But de ce service).*

Việc sơ men thì cốt để làm các việc quân, việc phòng giữ và việc khuôn phép trong một cơ và các việc trong một tỉnh.

Cứ mỗi tuần lễ lại một cai mầy một đội làm việc sơ men.

Trong đội và cai mây nhau cắt lần lượt nhau mà làm, theo người nào thâm niên hơn thì làm trước. Cũng có khi quan ba, có việc gì cần thì cũng thể trừ cho một chức việc không phải ấy.

PHẬN SỰ NGƯỜI ĐỘI SƠ MEN (SERGENT DE SEMAINE)

Khoản thứ 28. — *Bổn phận chung (Devoirs généraux).*

Đội sơ men coi việc quan trong trại theo khoản đã nói trên ấy.

Cắt có vê mây phó quản. Mà phải ngủ trong trại.

Khoản thứ 29. — *Sự thông tin nghị định cho các quan và phó quản (Communication des décisions aux officiers et à l'adjudant).*

Theo nhời giặn của quan ba, quan tư, thì đội sơ men cắt ngay những lính hầu các quan đem ngay những nghị định hàng ngày cho các quan.

Khi có tờ bẩm riêng trong ngày nào thì phải lấy mà cho đến nơi ngay.

Khoản thứ 30. — *Lúc gọi áp ben (Appels).*

Đội sơ men, sáng nào cũng bảo cai coi các phòng gọi áp ben trước mặt mình: lại giả áp ben ngay phó-quản, rồi đưa ngay cả sổ lính ốm đưa đội thơ lại nhân thể và nói những đứa nào ốm không thể đi khám thầy thuốc được.

Lúc tối gọi áp ben, thì cũng phải có đây mà đi theo ông đội thơ lại đến buồng service.

Khoản thứ 31. — *Lúc sáp mang (Rassemblements).*

Ngày nào cũng sáp mang, đội sơ men biên lấy các việc quan quan chuyển rồi cắt lính làm.

Khoan thứ 32. — *Cách giao thơ từ và măng-đa (Remise des lettres et des mandats).*

Đội sơ men nhận các thơ giao giấy má và các đồ giấy thép của các người làm chức việc (vaguemestre), và quan năm định giờ nào phát người ta những giấy thì phải theo mà phát.

Còn những giấy má và gói gì quí hay là phải mất tiền thì cứ việc đưa cho chính người ấy.

Khoản thứ 33. — *Sự sạch sẽ trong trại (propreté du quartier).*

Đội sơ men phải coi sóc các sở trong đồn cho sạch sẽ chừ ra những chỗ này :

1o — Các nhà bếp và kho compagnie ;

2o — Các chỗ mà quan ba đã sai trức việc hay là lính nào coi giêng về việc ấy thì thôi.

Khoản thứ 34. — *Lính giữ trong nhà phạt (hommes aux locaux disciplinaires).*

Đội sơ men phải coi lính giữ trong nhà phạt, nều chúng nó không quen để râu thì mỗi tuần lễ bắt cạo hai lần, và quần áo chúng nó phải thay mỗi tuần lễ một vài lần.

Khoản thứ 35. — *Lính đau ôm (malades).*

Trong bataillon nào hay là trong trại nào cũng vậy, thì quan tư sẽ cắt một người đội sơ men ra để sáng nào trước khi đưa lính đi khám thầy thuốc cũng sắp lính ôm ra để xem đứa nào có thể đi được thì sẽ đưa chúng nó đên quan thầy thuốc và đem cả sổ kê lính ôm đi đưa cho quan thày thuốc nhân thể.

Những lính nào đau nặng không thể đi được thi cho quan thày thuốc đên cái buồng phạt mà cho khám.

Sổ kê lính ôm mà quan thày thuốc đã khám mà viêt những lính rồi và những giấy lính ra nhà thương đem về đưa các thơ lại. Cũng phải coi bàn riêng cho lính được chữ việc quan nữa.

Khoan thứ 36. — *Sự bắt phạt ngay (Exécution immédiate des punitions).*

Khi các quan và phó quản không có đây mà có cai và lính có tội nặng hay say rượu quá thì đội sơ men được phép bỏ chúng nó vào ngay nhà phạt không cần đợi lệnh quan ba nữa.

Khoản thứ 37. — *Sự giữ phần vào lúc tập tành (participation à l'instruction).*

Đội sơ men cũng phải giữ vào lúc tập tành để cho được thạo việc quan. Quan ba sẽ định thể cách về việc giữ tập ấy.

Khoản thứ 38. — *Nói về lúc đội sơ men thế phải đi vắng (cas où le sergent de semaine est forcé de s'absenter).*

Đội sơ men thế bất đắc gĩ phải đi vắng thì cai sơ men phải thay. Nếu có vợ và nếu ăn cơm ở nhà thì lúc đi ăn cơm được phép ra. Nhưng mà ăn cơm xong rồi thì vào ngay.

NÓI VỀ CAI SƠ MEN

Khoản thứ 39. — *Bổn phận trung (devoirs généraux).*

Cai sơ men thì phải thừa phái đội sơ men và phải giúp các việc quan trong một tuần lễ. Sắp lính ra để cắt cỏ vê. Đến giờ ăn, bắt lính có vê mang cơm vào cho lính gác ăn. Cơm lính phạt thì giao cho đội gác.

Cai sơ men không được đi khỏi trại, giù đi có việc quan, cũng phải có phép đội sơ men mới được ; đội sơ men đi đâu vắng ít lâu phải thay mặt.

Cai sơ men cũng phải giữ vào lúc tập tành cho thạo việc quan. Quan ba sẽ định thể cách về việc giữ tập ấy.

Khoản thứ 40. — *Sự sạch sẽ trong các sở (propreté des locaux communs).*

Đến giờ mà đội sơ men đã định, thì cai sơ men phải sắp lính có vê ra để giọn giẹp các sở mà việc sơ men compagnie phải coi.

Giao ít lính cỏ vê cho đội gác để giọn các chổ chung cả đội quân.

Khoản thứ 41. — *Nói về lính phạt* (*hommes punis*).

Cai sơ men phải đem lính phạt san bô lít và phạt lập giông vào nhà phạt ; đứa nào phải ra làm việc quan thì lúc ra cai phải đưa ra, lúc vào lại đưa vào.

Lúc gọi lính phạt công sinh thì mình phải có đây, rồi đưa ra trình giao cho đội gác.

Khoản thứ 42. — *Cách đứng trước mặt người bề trên* (*Manière de se présenter à un supérieur*).

Người lính nào đên trước mặt người bề trên mà thưa chuyện gì hay đưa giấy má gì thì phải theo các lẽ như sau này :

Đều thứ nhất, chào, đứng mã binh rồi mới bẩm việc mình làm ;

Đều thứ hai, chào, đứng mã binh « Garde à vous », đưa thơ tay chái, rồi đợi ở đây mà chờ nhời chuyến. Khi song việc rồi thì lại chào rồi quay giở về đàng sau cho tử tê mà đi.

Nêu mà bồng súng hay là cầm kiềm ở tay, chào rồi hó xuông.

Lính cung văn mang thơ hay sai mang đi bẩm việc gì, thì bắt nó nói lại những nhời quan chuyển cho.

Người lính nào quan nào gập mà gọi thì phải đên chổ quan nhanh nhẹn đẻ cho lúc nào cũng vậy, hễ quan cần dùng việc gì thì phải vội vàng mà tuân lệnh ngay.

Lính hầu quan, lính làm giấy, làm thợ, hay là việc gì cũng vậy, bắt phải tôn kính và chào theo như luật.

Khoản thứ 43. — *Giấy lương thiện chứng chỉ* (*Certificat de bonne conduite*).

Khi mãn khóa về, bêp và lính người nào đủ năm lính và không phải phạt phùng gì thì được giây lương thiện chứng chỉ.

Khoản thứ 44. — *Những phép (Permissions).*

Việc cho phép thì một cái thưởng chứ không phải là có việc chắc của mình. Những phép mà quyển luật này đã định cho những lính đăng lại, quan năm có thể không cho được nếu mình xin qua phép hay việc quan ngặt.

Ai có phạt nặng thì xin phép và nghỉ không lương cũng không cho được.

Phép cho thì tùy việc quan cần hay thoáng ; nhất là những lúc tập tành giỏi hay ngày tết, các lễ ra mùa vào mùa, hay là rỗ têt ở nhà thì cho phép. Cứ tính sự ra thì người lính khi có tập tành gì hay đi ma nớp về mùa thu thì phải có mặt ở trong cơ.

Ngày chủ nhật hay ngày lễ gì hay lúc nào có việc gì ngạt mà xin phép thì ông quan tư hay là ông quan ba theo nhời ông quan năm thì cũng cho phép về, như xin phép có việc cần thì ông quan tư hay là quan ba cho nhưng mà quan định cho mấy ngày thì ông quan năm phê sau.

Giấy xin phép ở các đồn hay ở tỉnh phải chắc có chữ các quan trên coi mình thì mấy được.

NÓI VỀ SỰ PHẠT (PUNITIONS)

Khoản thứ 45. — *Làm bổn phận người không đủ và sự có lỗi về việc khuôn phép (Manquements au devoir militaire et fautes contre la discipline).*

Ai làm lính không làm cho chu tất bổn phận mình hay làm đều gì trái luật thì cứ theo nặng nhẹ mà chịu phạt như sau này :

Các việc không tôn kính luật, không tôn kính nhà nước và các quan ra thay mặt nhà nước ;

Các sự trái binh luật, không được nhanh nhẹn, làm biếng, không bằng lòng, trễ nải việc quan ;

Nói phao các chuyện mật, nói loạn ra việc gì bất cứ mà can về việc ích lợi nhà nước ; trái nhời nhẽ giản bảo về việc giấy má.

Không chịu lẽ luật về việc phải phạt ; Khi mình có lỗi việc gì trực và vu gian đi hay trực làm cho nhẹ đi.

Sự quên chức phận mình ; sự say rượu ; say rượu giù không rôi việc quan cũng vậy mà đánh nhau mây lính hay mây dân sự, hay là nói nhảm.

Moong không vào lúc áp ben, lúc tập tành, và các lúc có việc quan.

Không tuân lệnh khuôn phép, mà hễ phạm phép về các quan văn thì lại phải phạt gâp bội.

Những việc như sau này cũng phải phạt.

Nói về người bề trên :

Yêu đương ai quá, cậy quyền quá, các sự hiêp tróc, các sự phạt nhảm mà xét ra thực là không công bằng.

Nói về kẻ dưới :

Lẩm bẩm, nói láo hay không tuân lệnh.

Khoản thứ 46.— *Việc quyền phạt* (*Droit de punir*).

Người bề trên bât cứ phẩm chức nào cũng có quyền về việc khuôn phép mà trừng trị những kẻ dưới và cô sức mà làm cho tiệt đi nêu chúng nó vươn còn làm đều lỗi mãi.

Khi nào thây việc trái phép, được phép mắng hay là xin quan trên phạt.

Bât cứ người lính nào mà thay tạm người chức sự nào thì cũng được phép phạt như người ây vậy. Lính thay mặt cai thì cũng có quyền phép như cai thực vậy.

Khi nào mình làm sêp, biêt quyền mình phạt không nổi mà muôn cho việc khuôn phép tử tê và thứ tự thì phải làm tờ bẩm lên quan trên phạt nó.

Khi giây tư phạt đã tới thì người sêp biên lây rồi nói cho người lính phải phạt biêt ngay.

Khoản thứ 47. — *Cách giữ quyền phạt*
(*Exercice du droit de punir*).

Người bề trên bât cứ ai có phép được phạt những lính thuộc hẳn hay là thuộc tạm về cơ đội mình hay là lính cơ nào mà mình coi ở đó thì cũng có quyền được phạt giù người lính ây không ở đội mình cũng vậy.

Những các lỗi mà mình nhận ra được của người lính nào không phải cơ đội mình thì mình phải làm giây xin phạt.

Khoản thứ 48. — *Lính khai bệnh giả* (*Militaires non reconnus malades*).

Những lính trốn việc quan khai bệnh giả đã xét ra không có bệnh thì phải phạt tám ngày. Như thế thì chỉ phải phạt ở trong trại không được ra thôi.

Khoản thứ 49. — *Sự giáng trức, cách trức và cách tuột* (*Rétrogradation, cassation, révocation, etc.*).

Những chức việc thì có thể giáng xuống một chức được, nếu là đội thi có thể giáng xuống là cai được.

Các chức việc hay là cai thì cách xuống lính được.

Những đội cai giờ xuống mà đã có bội tinh bắc đẩu hay bội tinh mi lít te thì quan ba tư bẩm lên quan trên duyệt y thì mới phải giáng chức hay là cách chức ; mà phó-quản mấy đội, cai quá 10 năm quan ba tư bẩm lên quan trên rồi thì quan trên chuyển cho và đính theo cả bản sao các thứ phạt và bản sao sơ vít của các viên ấy.

NHỜI TIẾP THÊM HIỆU B (ANNEXE B)

NÓI VỀ VỆ-SINH (HYGIÈNE DES HOMMES)

Khoản thứ 50. — *Cách phòng giữ chung* (*Considérations générales*).

Vệ sinh giữ sức khoẻ cho lính và làm mạnh lên. Nó chỉ thường phải tập thói quen cho sạch sẽ thì khác mở mang trí khí người ra.

VỆ-SINH PHẢI GIỮ (HYGIÈNE PERSONNELLE)

Khoản thứ 51. — *Sự sạch sẽ trong người* (*Propreté corporelle*).

Ngày nào lúc giờ giậy thì cũng phải lấy sà phòng giửa mặt, giửa tay, móng tay, đánh giăng súc miệng. Sà phòng đã có sà phòng phát, mà khăn tay dùng thì phải sạch sẽ. Cấm không được lấy khăn của anh em mà giửa.

Lúc ngủ giậy mà làm như thế cũng chưa được sạch sẽ cho lắm, như lúc đi tập về, lúc song có vê về, và nhất là lúc có mồ hôi hay có bụi bậm gính vào mình thì lại càng phải giữa cho sạch sẽ lắm ; vả lại, trước khi đi ăn cơm phải giữa tay đã. Trong một ngày phải để luôn những thùng nước sẵn cho lính mấy phải.

Cứ 15 ngày lại phải tắm gội một lần, phải giữa chân luôn, và đi iêc cũng phải giữa luôn. Phải cắt móng tay luôn như đừng cắt cho tròn lắm rồi móng tay nó sắt vào thịt. Ai mà chân ra mồ hôi luôn thì phải đi trình quan thày thuốc. Người lính cần phải giữ quần áo lót mình và bít tât cho sạch sẽ. Ít ra một tuần lễ cũng phải thay quần áo một lần rồi để vào trong hòm hay khăn gói để khi nào thợ giặt đến lấy thì đưa.

Người lính lại phải giặt khăn tay khăn mặt, và thắt lưng, nêu có sẵn nước nóng thì lại càng hay.

Khoản thứ 52. — *Đồ ăn mặc (Habillement).*

Quần aó mặc phải mặc rộng rãi để cho dễ thông huyêt, để cho khỏi cọ sắt vào minh mẩy, để cho dễ thở và dễ thông khí.

Đội khăn và thắt giây nón đừng đội chặt quá, cổ đừng thắt chặt lắm, giầy thì đi cho vừa chân, giầy thì đừng cho khâu cộm và khấp khởm chỗ nào và đừng đóng đanh mũ nổi lên và phải rộng hơn chân mình độ hai phân tây. Bề trong phải rộng cho đủ bàn chân, để cho ngón chân khỏi chồng cọ lên nhau và ngón chân cái có lo khỏi chặt. Cái mũi giầy phải hơi rộng để lúc giăm xuông thì bàn chân mây nở ra được và để lúc nhấc chân lên thì bàn chân khỏi quắp lại.

Quần áo không những là phải sạch sẽ ở bề ngoài mà thôi đâu, như bên trong những chỗ có lót cũng phải cẩn thận như thê.

Khoản thứ 53. — *Sự giữ gìn về uông rượu và các bệnh chuyền nhiễm (Prophylaxie de l'alcoolisme, des maladies vénériennes et contagieuses).*

Quan thày thuốc và các quan trên phải giạn các chực việc cùng lính tráng các sự nguy hiểm về sự rượu chè và các bệnh chuyền nhiễm và sự giữ sức khỏe.

Còn như bệnh tim la hễ ai mới phải thì bắt đi thày thuốc khám ngay không những là để chữa mà thôi như để cho khỏi lây sang kẻ khác.

Khoản thứ 54. — *Cách phòng giữ trong lúc thời khí (Mesures à prendre en cas de l'épidémie).*

Lúc có bệnh thời khí thì đồ ăn uống phải cẩn thận, ăn thịt thêm uống rượu thêm và uống nước trè thêm.

Còn các sự sạch sẽ của lính tráng và các chỗ trong trại, thì cốt phải có ý tứ giêng về việc ấy lắm.

Phải bớt các sự tập tành mệt nhọc, và cũng cần cho lính nghỉ, cứ theo điệu bộ người lính. Còn các sự giữ gìn về lúc thời khí, tùy lúc nặng nhẹ, bây giờ quan thày thuốc sẽ giặn bảo riêng.

NHỜI GIẶN THÊM (INDICATION SUPPLÉMENTAIRE)

Lúc nào loạn động mà quan binh xin quan Toàn Quyền cho lính khố-xanh theo giự đi đánh giặc thì lính khố-xanh cũng phải tuân theo lệnh các quan binh như là các quan về đàng khố-xanh theo các lề luật đã nói trong quyển luật này.

www.ingramcontent.com/pod-product-compliance
Lightning Source LLC
LaVergne TN
LVHW050509160826
845677LV00003B/1028